എൽസ നീലിമ മാത്യു

1987 ജനുവരി 26ന് കൊല്ലം ജില്ലയിലെ ശാസ്താംകോട്ടയിൽ ജനിച്ചു.
മാതാപിതാക്കൾ: പരേതരായ ടി. എ. മാത്യു, അന്നമ്മ മാത്യു.
ബിഷപ്പ്. എം.എം.സി.എസ്.പി.എം. ഹൈസ്കൂൾ,ശാസ്താംകോട്ട ഗവൺമെന്റ് ഹയർ സെക്കണ്ടറി സ്കൂൾ എന്നിവിടങ്ങളിലായി പ്രാഥമികവിദ്യാഭ്യാസം. പൂക്കോട് കോളേജ് ഓഫ് വെറ്ററിനറി &ആനിമൽ സയൻസസിൽ നിന്നും ബിരുദം. ലുധിയാന ഗുരു അംഗദ് ദേവ് വെറ്ററിനറി & ആനിമൽ സയൻസസ് യൂണിവേഴ്സിറ്റി, യൂണിവേഴ്സിറ്റി ഓഫ് കണക്ടിക്കട്ട് എന്നിവിടങ്ങളിൽ നിന്നും ബിരുദാനന്തരബിരുദങ്ങൾ. കാൻസസ് സ്റ്റേറ്റ് യൂണിവേഴ്സിറ്റിയിൽ നിന്നും പി.എച്ച്.ഡി. ഇപ്പോൾ മാസാച്യുസെറ്റ്സ് യൂണിവേഴ്സിറ്റിമെഡിക്കൽ സ്ക്കൂളിൽ പോസ്റ്റ് ഡോക്ടറൽ അസോസിയേറ്റാണ്. 'മലമുകളിലെ മരം ഒറ്റയ്ക്കാണ്' ആദ്യത്തെ കവിതാസമാഹാരമാണ്.
ഭർത്താവ് : ജോസ്കോ കുര്യൻ.
ഇമെയിൽ : elzaneelima.mathew@gmail.com

Malayalam Language
Malamukalile Maram Ottaykkanu
(Poems)
by
Elza Neelima Mathew
♦
Published in January 2022
by Kairali Books Private Limited
Thalikkavu Road, Kannur.
Ph : 0497-2761200
E-Mail : Kairalibooksknr@gmail.com
♦
Cover Design
Prasanth Mangad

Price ₹ : 120.00
93/21-22/Sl.No.1284/POD 50/NS 18.6
ISBN 978-93-49727-40-3

മലമുകളിലെ മരം ഒറ്റയ്ക്കാണ്

എൽസ നീലിമ മാത്യു

കൈരളി ബുക്സ്

അച്ചയുടെയും അമ്മയുടെയും ഓർമ്മകൾക്ക്,
പിയൂസ് അച്ചാച്ചന്,

ഉള്ളടക്കം

അല്ലിച്ചെന്താമരപ്പൂക്കൾ പോലെ...

സുകുമാരൻ പെരിയച്ചൂർ

സോറൻ കീർക്കഗോർ പറയുന്നുണ്ട് "മനുഷ്യന്റെ ഉള്ളിന്റെയുള്ളിലെ കാതൽ കലർപ്പില്ലാത്ത വ്യക്തിനിഷ്ഠതയാണ് ധ്യാനം." എൽസ നീലിമ മാത്യുവിന്റെ "മലമുകളിലെ മരം ഒറ്റയ്ക്കാണ്" എന്ന കവിതാസമാഹാരം അനുവാചകനെ ധ്യാനനീലിമയിലേക്ക് ആനയിക്കുന്നു. ആധുനിക കവികളിൽ നിന്നും തികച്ചും മാറി സഞ്ചരിക്കുകയാണ് കവയിത്രി. പ്രണയം, മരണം, നിരാശ, വെറുപ്പ്, കാപട്യം ഇതെല്ലാമാണ് പല പുതിയ കവികളുടേയും പ്രതിപാദ്യവിഷയമെങ്കിൽ എൽസ നീലിമ മാത്യുവിന്റെ കവിതകൾ ഇളനീർജലം പോലെ മാധുര്യമൂറുന്നതാണ്; നിരാശാകവിതകളല്ല, പ്രതീക്ഷാ കവിതകളാണ് ഓരോന്നും.

എൽസയുടെ കവിതകൾ ഹിന്ദി കവയിത്രിയായ ദയാബായിയുടെ ഗീതങ്ങൾ പോലെ ധ്യാനാത്മകമാവുകയാണ്. ഭക്തമീരയുടെ സമകാലികയായ ദയാബായിയുടെ കവിതകൾ മീരയുടെ കവിതയേക്കാൾ ഗഹനമാണ്. പ്രശസ്ത ചിന്തകനായ ഓഷോ പറയുന്നത് "ദയ ഒരു കൊച്ചു കോകിലമാണ്. ഇന്ത്യയിലെ ഗ്രീഷ്മകാല രാത്രിയിൽ വിദൂരതയിൽ കേൾക്കുന്ന കുയിൽപ്പാട്ട്. അതാണ് ദയ." എൽസ നീലിമയുടെ കവിതകൾ ഓഷോ പറഞ്ഞതുപോലെ വിദൂരതയിൽ നിന്നും കേൾക്കുന്ന കുയിൽപ്പാട്ടുപോലെ നമ്മെ കോരിത്തരിപ്പിക്കും. പിന്നീട് ആ പാട്ടിന്റെ ഈണത്തിൽ എത്രയോ നേരം ധ്യാനത്തിലായിപ്പോകും. കവിതയ്ക്ക് ഇത്രയേറെ ചെയ്യാൻ പറ്റുമെങ്കിൽ അതാണ് യഥാർഥ കവിത.

യഥാർഥകവിതയുമായി എൽസ നീലിമ മാത്യുവിന്റെ ആദ്യകവിത തന്നെ "മലമുകളിലെ മരം ഒറ്റയ്ക്കാണ്" എന്ന് നമ്മെ ബോധ്യമാക്കുന്നു.

"എണ്ണമില്ലാത്തത്ര പുൽനാമ്പുകൾ
കാറ്റിലിളകിയാർക്കുമ്പോൾ അവയ്ക്കു നടുവിലായ്
ഒന്നുമറിയാത്തതുപോലെ...
മലമുകളിലെ മരം ഒറ്റയ്ക്കാണ്"

എന്ന വരികൾ മനുഷ്യാവസ്ഥയുടെ ജീവിത വൈതരണിയുടെ മാന്യമായ ചിത്രം വരയ്ക്കലാണ്. നോബൽ സമ്മാനജേതാവായ റഷ്യൻ കവി ജോസഫ് ബ്രോഡ്സ്കി പറയുന്നുണ്ട് "കാറ്റത്ത് ആടിക്കൊണ്ടിരിക്കുന്ന വെറുമൊരു പുൽത്തണ്ടല്ലാതെ മറ്റൊന്നുമല്ല മനുഷ്യൻ."

മലമുകളിലെ മരം ഒറ്റയ്ക്കാണ് എന്നത് ഒരു ബോധ്യപ്പെടുത്തലാണ്. പൊത്തുള്ള മരം ആർക്കാണ് വേണ്ടത് എന്ന ചോദ്യം കായുള്ള മരത്തിലേ കല്ലേറിയൂ എന്ന പഴഞ്ചൊല്ലായ് നമ്മുടെ മനസ്സിലേറുകൊള്ളുന്നു.

നമ്മളൊക്കെ പഴുത്തിലകളെക്കുറിച്ചാണ് സംസാരിക്കാറുള്ളത്. പഴുത്തില വാർദ്ധക്യത്തിന്റെ ബിംബസൂചനയായി നാം കാണുന്നു. 'വഴിക്കൂട്ട്' എന്ന കവിതയിൽ കവയിത്രി

"എണ്ണിത്തീരാനാവാത്തത്ര പച്ചിലകൾ
ചിതറിക്കിടപ്പുണ്ടായിരുന്നു"

എന്ന് പാടുമ്പോൾ ഹൃദയം ചിതറുന്ന വേദന അനുഭവപ്പെടുന്നു. കാരണം പച്ചിലകൾ എന്നത് യുവതയുടെ ബിംബമാണ്. അഴികൾക്കു പിന്നിൽ എന്ന കവിതയിൽ നാലുചുവരുകൾ കൊണ്ട് ആരൊക്കെയോ എന്റെ ലോകത്തിന് അതിരുകൾ തീർത്തിരിക്കുന്നു എന്ന് കവയിത്രി ആകുലപ്പെടുന്നത് എത്ര സത്യമാണ്. "ബന്ധുരകാഞ്ചനക്കൂട്ടിലാണെങ്കിലും ബന്ധനം ബന്ധനം തന്നെ പാരിൽ" എന്ന വള്ളത്തോൾ കവിതയുടെ രസച്ചാർത്ത് ഈ വരികൾ വായിക്കുമ്പോൾ നമുക്കനുഭവവേദ്യമാകുന്നു.

'മറവിയറ' മലയാളത്തിൽ ഇത്തരമൊരു വാക്ക് ആദ്യമായിരിക്കാം. കവയിത്രി ആശ്വാസം കൊള്ളുകയാണ്. മറവിയുടെ അറ നിർമ്മിക്കുവാൻ വലിയ തച്ചനാർ മറന്നിരിക്കാം. മറവിയുടെ അറ എന്നിലില്ലാത്തത് നന്നായെന്നു കവയിത്രി സൂചിപ്പിക്കുമ്പോൾ കവിത നമ്മെ ആഹ്ലാദിപ്പിക്കുന്നു. എല്ലാവരേയും ഓർമ്മിച്ചുകൊണ്ടിരിക്കുന്നതാണ് സുഖസ്മരണ. സുഖസ്മരണ ഒരു തരം ധ്യാനമാണല്ലോ.

സംശയമാണ്. അതു നല്ലതുതന്നെ. 'ജന്മാന്തരം' എന്ന കവിത നമ്മുടെ ഓരോ സംശയത്തിനും ഉത്തരം നൽകും.

"വരും ജന്മം
അങ്ങനെയൊന്നുണ്ടെങ്കിൽ
എനിക്കൊരു അല്ലിച്ചെന്താമരയായി വിരിയണം."

ഹൊ! എത്ര നല്ല വരികൾ. മനസ്സ് അല്ലിച്ചെന്താമര പോലെ വിടരുന്നു ഈ കവിതയിൽ കാറ്റിനെ വിശേഷിപ്പിച്ചിരിക്കുന്നതു നോക്കൂ. പരസ്യക്കാരനായ കാറ്റ് ഇത്തരമൊരു പ്രയോഗം ഭാഷയിലാദ്യം. കവിത ഇളംനീർ നുറുങ്ങുകൾ പോലെ ഓരോ വരിയും ഹൃദയത്തിൽ നാം ഇളവേൽക്കുകയാണ്. പേരിൽ മാത്രം ചുവപ്പുള്ള അല്ലിച്ചെന്താമരയായ വരും ജന്മം പിറക്കണം എന്ന് എൽസ നീലിമ മാത്യു നമ്മെ കൂട്ടിക്കൊണ്ടു

പോകുന്നു.

ഓരോ കവിതയും ഓരോ ആകാശമാണ്. 'തികച്ചും സാങ്കല്പികം' എന്ന കവിത തികച്ചും യാഥാർത്ഥ്യമാണ് എന്ന് ഭംഗ്യന്തരേണ പറയുന്ന എൽസ നീലിമ മാത്യു വികെഎന്നിന്റെ ഗദ്യസാഹിത്യം തന്റെ കവിതയിൽ വരച്ചുവെക്കുകയാണ്. കുഞ്ചൻ നമ്പ്യാരുടെ ഹാസ്യവും വികെ എന്നിന്റെ സാമൂഹ്യവിമർശനസാഹിത്യവും ചേർന്ന രചനയാണ് തികച്ചും സാങ്കല്പികം.

കവിത മഹാകാവ്യവും ഇതിഹാസവും പാഠപുസ്തകവും ചരിത്രവുമാകുമ്പോൾ അത് തികച്ചും സാങ്കല്പികമെന്ന് അവസാന പേജിൽ എഴുതിവെച്ചാൽ ബുദ്ധി വക്രിച്ചൊരാൾ ആ അവസാന പേജ് ചീന്തിയെറിഞ്ഞാൽ...? എന്താവും എന്ന ചോദ്യം അത് സോക്രട്ടീസിന്റെ ചോദ്യംപോലെ നമ്മെ അലോസരപ്പെടുത്തുന്നു.

വിഷുവെന്നാൽ കവയിത്രിക്ക് കുറച്ചുപേരുടെ പിറന്നാൾ മധുരമാണെന്നു പാടുന്നു. എടുത്തുപറയേണ്ട കവിതകളാണ് ഓരോന്നും. എങ്കിലും ഉട്ടോപ്യ എന്ന കവിതയുടെ ദാർശനിക ഭാവം അപാരമാണ്. ഉറങ്ങുമ്പോൾ തലയിണക്കീഴിൽ മൂർച്ചയുള്ള വെട്ടുകത്തി വെക്കാറില്ലത്രേ ആ നാട്ടിൽ. ഉട്ടോപ്യയിലെ മഹാരാജാവാണ് തന്റെ ദൈവമെന്നും സകലരും തുല്യരായ രാജ്യത്ത് പിന്നെയെന്തിനാണ്. ഒരു രാജാവെന്നും കവയിത്രി ചോദിക്കുമ്പോൾ മാക്യവെല്ലിയുടെ സാങ്കല്പികലോകത്തെ ചോദ്യം ചെയ്യുകയാണ് എൽസ നീലിമ മാത്യു.

ഇരുപത്തിയഞ്ചുകവിതകളും ഇരുപത്തിയഞ്ച് അനുഭവങ്ങളാണ്. ഓരോ കവിതയും ഓരോ ആശ്വാസതലങ്ങളാണ്. അവസാനത്തെ കവിത 'സ്വസ്തി'യിലൂടെ കവിതയെ ധ്യാനത്തിലേക്കു കൊണ്ടുപോകുന്നു.

"കാലും നടുവും നിവർത്തി
ബോധം കിടന്നുറങ്ങട്ടെ."

"ധ്യാനിക്കുവാൻ വിളക്കുമാടങ്ങൾ
കാട്ടിത്തന്നവരോട്
എന്റെ ധ്യാനമാണിത്;
സ്വസ്തിയും മറ്റൊന്നല്ല."

എന്ന് എൽസ നീലിമ മാത്യു പാടുമ്പോൾ ദയാബായിയുടെ കവിതകൾ പോലെ മലയാളത്തിലെ ഒരു കൊച്ചു കോകിലമായി നമുക്കവരുടെ പാട്ട് കേട്ടുകൊണ്ടേയിരിക്കാം.

മലമുകളിലെ മരം ഒറ്റയ്ക്കാണ്...

മലമുകളിലെ മരം ഒറ്റയ്ക്കാണ്...
ചുറ്റും
എണ്ണമില്ലാത്തത്ര പുൽനാമ്പുകൾ
കാറ്റിലിളകിയാർക്കുമ്പോൾ
അവയ്ക്കു നടുവിലായ്
ഒന്നുമറിയാത്തതുപോലെ...
മലമുകളിലെ മരം ഒറ്റയ്ക്കാണ്...
കാറ്റിൽ പറന്നെത്തിയത്
ഒരു വിത്ത് മാത്രമായിരിക്കയില്ല.
ഈ മലഞ്ചെരിവിൽ
ചേർന്നമർന്നതും
ഒരു വിത്ത് മാത്രമായിരിക്കയില്ല.
ഒരുപക്ഷേ,
കാറ്റ് പിന്നെയും വീശിയപ്പോൾ
ഒപ്പം വന്ന വിത്തുകൾ പലതും
പുത്തൻ മണ്ണുതേടി
പറന്നുപോയിരിക്കണം.
കൂടെ വളർന്നത്
വിരലിലെണ്ണാവുന്നവ
മാത്രമായിരിക്കണം.
അവയിൽ പലതും
നമ്മുടെ കാൽക്കീഴിൽ
അല്ലെങ്കിൽ
പൈക്കൂട്ടങ്ങളുടെ വായയ്ക്കുള്ളിൽ
അരഞ്ഞുതീർന്നിരിക്കണം.
ശേഷം,
ഒപ്പം വളർന്നു തടിയൊത്തത്
രണ്ടോ മൂന്നോ...

അവയുടെ തിരുശേഷിപ്പുകൾ
അകലെയല്ല...
പച്ച പോകാത്ത മരക്കുറ്റികൾ...
അങ്ങനെ ഇപ്പോൾ
മലമുകളിലെ മരം ഒറ്റയ്ക്കാണ്...
പൊത്തുള്ള മരം
ആർക്കാണ് വേണ്ടത്...!
♦

വഴിക്കൂട്ട്

നടന്നുതുടങ്ങിയപ്പോൾ മുതൽ
തീരെ ചെറുതായിരുന്ന ആ പച്ചില
എനിക്കൊപ്പമുണ്ടായിരുന്നു...
ഒറ്റയ്ക്കായിരുന്ന എനിക്ക്
ഒരു വഴിക്കൂട്ടെന്നതുപോലെ...
തീരെ ചെറുതായിരുന്ന ആ പച്ചില
എനിക്കൊപ്പം നടക്കുകയായിരുന്നോ,
അതോ,
ഞാൻ അതിനൊപ്പം
പറക്കുകയായിരുന്നോ?

നടന്ന് നടന്ന്
നിരത്തവസാനിക്കുന്നേടത്തുനിന്നും
എനിക്ക് പിന്നെയും
നടക്കണമായിരുന്നു.
പക്ഷേ, അത് നേരെയായിരുന്നില്ല;
മുകളിലേക്കായിരുന്നു.
എന്നുവച്ചാൽ,
നിരത്തിൽ നിന്നും കെട്ടിയുയർത്തിയ
കല്പടവുകളുടെ ഒരു നീണ്ടനിരയിലൂടെ...

അനുവാദം തേടാതെ
എനിക്കൊപ്പം നീങ്ങിത്തുടങ്ങിയ
തീരെ ചെറുതായിരുന്ന ആ പച്ചിലയ്ക്ക്
ഒരു പക്ഷേ,
എന്നോട് യാത്രപറയേണ്ടിയിരുന്നിരിക്കും.
ആ തോന്നലിനൊപ്പം

ഞാൻ തിരിഞ്ഞുനോക്കി...
ആ പടവുകളിൽ, പക്ഷേ,
എണ്ണിത്തീരാനാവാത്തത്ര പച്ചിലകൾ
ചിതറിക്കിടപ്പുണ്ടായിരുന്നു...

എനിക്കുമുന്നേ ഒരുപാടുപേർ
വന്നുപോയിരിക്കണം...
അവർക്കുതുണയായി
ഒരുപാട് ഇലത്തുണ്ടുകൾ
പറന്നുവന്നിരിക്കണം...
♦

അഴികൾക്കുപിന്നിൽ...

ജനലഴികളിൽ തലവെച്ച്
പുറത്തേക്കുനോക്കുമ്പോൾ
ഞാൻ കാണുന്ന ലോകം
നിങ്ങൾക്ക് ഒരുപക്ഷേ
ചെറുതായിരിക്കും:
എനിക്കോ അതിവിശാലവും.
എന്തെന്നോ?
നാലു ചുവരുകൾ കൊണ്ട്
ആരൊക്കെയോ
എന്റെ ലോകത്തിന്
അതിരുകൾ തീർത്തിരിക്കുന്നു;
ഇരുമ്പഴികൾക്കു പിന്നിൽ
എന്റെ മനസിനെ
പൂട്ടിയിട്ടിരിക്കുന്നു.
തികച്ചും ഒറ്റയ്ക്കാണെന്ന്
പറഞ്ഞുകൂടാ.
കൂട്ടിന്,
അവജ്ഞ നിറഞ്ഞ വാക്കുകൾ
ഒരുപാടുണ്ട്;
അങ്ങിങ്ങായി,
സഹതാപം മുറ്റിയ കണ്ണുകളും.
ജനലഴികളിൽ തലവെച്ച്
പുറത്തേക്കുനോക്കിയപ്പോൾ
ഞാൻ കാണാതിരുന്നത്
ആ ജനലഴികൾ മാത്രമായിരുന്നു...
ഇനി പറയുക,
അവയ്ക്കിടയിലൂടെ
ഞാൻ കണ്ട ലോകം ചെറുതോ
വലുതോയെന്ന്.
♦

മറവിയറ

മറവിയുടെ അറ എന്നിലില്ലെന്നു തോന്നുന്നു...
ആകാശത്തിന്റെയും ഭൂമിയുടെയും
പിന്നെയും പന്ത്രണ്ട് ലോകങ്ങളുണ്ടെങ്കിൽ
അവയുടെയും
അളവുകൾ കുറിച്ചിട്ട വലിയ തച്ചനാർ
ഒരു മറവിക്കാരനായിരുന്നിരിക്കണം;
അല്ലെങ്കിലൊരിക്കലും
എന്റെയുള്ളിൽ
മറവിയുടെ അറ നിർമ്മിക്കുവാൻ
അദ്ദേഹം മറക്കുമായിരുന്നില്ല.

മറവിയുടെ അറ എന്നിലില്ലെന്നു തോന്നുന്നു...
ഒരുവേള,
രാമപാദമോർത്തോർത്ത്
നിശ്ശബ്ദമായ് ഉള്ളിലെവിടെയോ
കരഞ്ഞുറങ്ങുന്നുണ്ടാവുമോ
എന്റെ മറവിയറ?
ജീവസ്സുറ്റിയാൽ ഓരോ ശ്വാസത്തിനുമൊപ്പം
ചോര പൊടിഞ്ഞേക്കാവുന്നത്ര
ഓർമ്മച്ചില്ലുകളാണ് ചുറ്റിലും.
അതോ,
ആ ചില്ലുകളേറ്റുതിരുന്ന രക്തകണങ്ങൾ നിറഞ്ഞു
നെഞ്ചിൻകൂട് വിങ്ങിവിതുമ്പിയാലും
കണ്ണുതുറക്കാനൊരുക്കമല്ലാത്തത്ര
ക്രൂരസ്വാർത്ഥമായിപ്പോയിരിക്കുമോ
ആ കോശഭിത്തികൾ?

മറവിയുടെ അറ എന്നിലില്ലെന്നു തോന്നുന്നു...
കണ്ണാടിയിൽക്കണ്ട സ്വരൂപം
പോലെയാണുപോലും
വലിയ തച്ചനാർ മനുഷ്യരൂപം കൊത്തിയത്!
എന്നിട്ടുമെന്താവും ഇങ്ങനെയൊരു
കൈത്തെറ്റു പിണഞ്ഞത്?
അകമേ ഉള്ള വരയും കുറിയും
പുറമേ കണ്ണാടിയിൽ പതിഞ്ഞിട്ടുണ്ടാവില്ല,
അത്രതന്നെ!
പോട്ടെ! പാവം മറന്നതാവും;
വെറുതെ കണ്ണാടിയെക്കൂടി കുറ്റം പറയണ്ട...

മറവിയുടെ അറ എന്നിലില്ലെന്നു തോന്നുന്നു...
ഉണ്ടായിരുന്നെങ്കിൽ ഒരുപക്ഷെ,
മറവിയുടെ ആഴങ്ങളിൽ നിന്നുണരുന്ന
കുറേ മുഖങ്ങൾ
കുറേയേറെ രാത്രികളിൽ
എന്നെ ഉറക്കത്തിൽ നിന്ന് തട്ടിവിളിച്ചേനെ...

മറവിയുടെ അറ എന്നിലില്ലെന്നു തോന്നുന്നു...
ഇല്ലാത്തതു നന്നായെന്നും ചിലപ്പോൾ !
♦

ജന്മാന്തരം

വരും ജന്മം,
അങ്ങനെയൊന്നുണ്ടെങ്കിൽ
എനിക്കൊരു അല്ലിച്ചെന്താമരയായി വിരിയണം.
വെണ്ണക്കല്ലുകൾ ചുട്ടുപഴുപ്പിച്ചൊരു സെമിത്തേരിയിൽ
ചെറുതണലായി വിരിഞ്ഞുനിന്നാടണം.
മണ്ണിലേക്കു വലിഞ്ഞ വൻസാഗരങ്ങളുടെ ഉപ്പുരസം
പീതനിറത്തിൽ ചിരിയായ് പടർത്തണം.
ആഘോഷിച്ചും ആഘോഷിക്കപ്പെട്ടും
കടന്നുപോയവരോട്
പാടിപ്പതിഞ്ഞകഥകൾ
ഉള്ളതാണോ എന്ന് ചോദിക്കണം.
അവർ പറയാതെ ബാക്കിവെച്ച
മധുരിക്കുന്ന കഥകൾ കേട്ട്
ചിരിച്ചുതിമിർക്കണം.
നഷ്ടപ്രണയങ്ങളുടെ നാൾവഴികൾ
കുമ്പസാരരഹസ്യം കണക്കേ ചോദിച്ചറിയണം.
പിന്നെ, പരസ്യക്കാരനായ കാറ്റിന്റെ ചെവിയിൽ
പതിഞ്ഞ ശബ്ദത്തിൽ അവ എത്തിച്ചുകൊടുക്കണം.
ഇടനെഞ്ചുപൊട്ടി ഇതളുകൾ പൊഴിച്ചിട്ടും
വിങ്ങലുകൾ ഒതുങ്ങാതെ വരുമ്പോൾ
രണ്ടും കൽപ്പിച്ചു പൊട്ടിത്തെറിക്കണം.
കാറ്റിനൊപ്പം പറന്ന്
വിരലിലെണ്ണാവുന്ന കല്ലറകൾക്കപ്പുറം സ്വസ്ഥമായുറങ്ങുന്ന
കഥയിലെ മറുപാതിയോട് പറഞ്ഞുകൊടുക്കണം;
അവിടെ വീണഴിയണം.
പിന്നെ,
മണ്ണിലാണ്ടുപോയ കരുത്തുറ്റകഥകൾ

തലയ്ക്കൽ നിന്ന് കുരിശുവരയ്ക്കുന്ന
കുഞ്ഞുമക്കൾക്ക് പറഞ്ഞുകൊടുക്കുവാൻ
അവർക്ക് കൂട്ടായിരിക്കുവാൻ
ഒന്നുകൂടി മനുഷ്യനായ് പിറക്കണം.
വരും ജന്മം,
അങ്ങനെയൊന്നുണ്ടെങ്കിൽ
എനിക്കൊരു അല്ലിച്ചെന്താമരയായി വിരിയണം.
പേരിൽ മാത്രം ചുവപ്പുള്ള
അല്ലിച്ചെന്താമര.
♦

തികച്ചും സാങ്കൽപ്പികം!

ഇന്നുതന്നെ ഒരു കവിതയെഴുതണം.
നീളമൊട്ടും കുറയാതെ,
ഒരു നൂറ് അല്ലെങ്കിൽ, നൂറ്റിയമ്പതുതാളുകൾ
എഴുതി നിറക്കണം.
അതിൽ ഒരു നായകൻ വേണം.
അവന് ഒരു ശത്രുവെങ്കിലും വേണം.
അവർ എപ്പോഴും കലഹിക്കണം.
കലഹം മൂക്കുമ്പോൾ,
ശത്രുക്കൾക്ക് തട്ടിക്കൊണ്ടുപോകാൻ
ഭാര്യയോ മക്കളോ
ശിഷ്യരോ വേണം.
അതിന്റെ പേരിൽ
അവർ കലഹം തുടരണം.
വാളുകൾ തമ്മിലിടയണം;
കളത്തിലിറങ്ങിയവർ മരിച്ചുവീഴണം.
പരിചകൾ തട്ടിത്തെറിപ്പിക്കണം;
കണ്ടുനിന്നവരുടെ ചോര പൊടിയണം.
ശത്രുവിനെ നിരായുധനാക്കണം.
കയ്യിലൊരു കമ്പോ
നെഞ്ചിലൊരു കവചമോ ഇല്ലാതെ
നിലത്തു വീണുകിടക്കുന്ന
ശത്രുവിന്റെ നെഞ്ചിൽത്തന്നെ
കയറിയിരിക്കണം നായകൻ.
അടിയറവു ചൊല്ലി കരുണ യാചിക്കുന്ന
കണ്ണുകളിലൊന്ന് നോക്കുകകൂടി ചെയ്യാതെ
കൃത്യമായി ഹൃദയത്തിലേക്കുതന്നെ
വാൾമുന കുത്തിയിറക്കുകയും വേണം.

അപ്പോൾ പതഞ്ഞൊഴുകുന്ന രക്തം കണ്ട്
ചുറ്റുമുള്ളവർ ആരവം മുഴക്കണം.
പിന്നെ എല്ലാവരും ചിരകാലം
സന്തുഷ്ടരായി ജീവിക്കണം.
പരിസമാപ്തിക്ക് കനം പോരെന്നാകിൽപ്പിന്നെ
നായകൻ അസാന്മാർഗിയായി മാറണം.
ആൾക്കൂട്ടം കൂടി അവനെ കല്ലെറിയണം;
സദാചാരക്കുരിശിൽ തറക്കണം.
കവിതയിലെ കഥ
അവിടെത്തീരണം.
ഇന്നുതന്നെ ഒരു കവിതയെഴുതണം.
കവിതയുടെ ഒടുക്കം
ആർക്കും തിരിയുന്ന ഭാഷയിൽ
ഇപ്പറഞ്ഞതൊക്കെ തികച്ചും സാങ്കല്പികമാണെന്നു
എഴുതിവെക്കണം.
അല്ലെങ്കിലൊരു പക്ഷേ,
ഞാനും എന്നെ അറിയുന്നവരും
മൺമറഞ്ഞ്,
പിന്നെയും
ഒരുപാട് വർഷവും
ഒരുപാട് ശൈത്യവും
അവയ്ക്കൊപ്പം
വേനലും വറുതിയും കഴിഞ്ഞാലും
എങ്ങാനും ഈ അക്ഷരങ്ങൾ
മങ്ങാതിരുന്നാൽ,
ആരെങ്കിലും വന്ന് ഇക്കവിതക്കൊരു
വ്യാഖ്യാനമൊരുക്കും;
അത് മനസ്സിലായെന്നു ധരിക്കുന്നവർ
പുനർവ്യാഖ്യാനങ്ങളും.
കഥയിൽ യുദ്ധംജയിച്ചവൻ ചെയ്തതെന്തോ

അതാണ് നന്മയെന്നും
തോറ്റവൻ ചെയ്തത് തിന്മയെന്നും
നിർവചനങ്ങളുണ്ടാകും.
പിന്നെ കാലം കടന്നുപോകുമ്പോൾ
ചിലർ അതിനെ
മഹാകാവ്യമെന്നുവിളിക്കും;
പിന്നെയും കുറേകഴിഞ്ഞാൽ, ഇതിഹാസമെന്നും.
അങ്ങനെയങ്ങനെ,
ഇപ്പാവം കവിത
പാഠപുസ്തകവും ചരിത്രവുമാകും.
നായകനും പ്രതിനായകനും ഒക്കെ
ആരാധനാപാത്രങ്ങളാകും.
അവർക്കുമുന്നിൽ കുറേപ്പേർ
കുമ്പിടും; മുട്ടുമടക്കും;
അങ്ങനെ ചെയ്യാത്തവരെ
മുട്ടുമടക്കിത്തൊഴിക്കും.
കലഹങ്ങൾ അങ്ങനെ
തുടർന്നുകൊണ്ടേയിരിക്കും.
ഇന്നുതന്നെ ഒരു കവിതയെഴുതണം.
കവിതയുടെ എല്ലാ ഏടുകളിലും
ആർക്കും തിരിയുന്ന ഭാഷയിൽ
ഇപ്പറഞ്ഞതൊക്കെ
തികച്ചും സാങ്കല്പികമാണെന്നു
എഴുതിവെക്കണം.
അവസാനതാളിൽ മാത്രമൊതുക്കിയാൽ
ഇനിയെങ്ങാനും
ബുദ്ധി വക്രിച്ചൊരാൾ വന്ന്
അത് മാത്രം ചീന്തിയെറിഞ്ഞാലോ!
♦

ഞാനും!

ആശ്വാസമുണ്ട്
ഒറ്റയ്ക്കല്ല എന്നറിയുന്നതിൽ;
അതിലേറെ ലജ്ജയും.
വീടെന്നാൽ വീട്ടുകാരും
നാടെന്നാൽ നാട്ടുകാരുമായിരിക്കെ
എങ്ങനെയാണ് ലജ്ജിക്കാതിരികുക!
നെഞ്ചുപൊട്ടിക്കരയുന്നുണ്ടാവും
പെണ്ണിലേക്കു നീളുന്ന വിരലുകളെപ്പെറ്റ
ഒരായിരം അമ്മമാർ!
പിറക്കാതെപോയ
പെൺകുഞ്ഞുങ്ങളെച്ചൊല്ലി
മാത്രമായിരിക്കും അവർ
സമാധാനിക്കുന്നുണ്ടാവുക!
ഇരുളും ഒളിയും തീർക്കുന്ന മറകൾ
ഈ വിരലുടമകളുടെ വീടുകളിൽ
ഇനി ഇല്ലെന്നുണ്ടോ ?
♦

ചിരിയടക്കം

മുറുക്കെയടച്ചും
കടിച്ചുപിടിച്ചും
വറ്റിച്ചുകളയാതെ,
നിറഞ്ഞ കണ്ണുകൾ
കവിഞ്ഞുതന്നെ തോരണം...
കവിഞ്ഞുതോരാതെ,
ഉപ്പിന്റെ
നീറ്റലറിഞ്ഞ് വിളറാതെ,
കവിൾത്തടങ്ങളെങ്ങനെയാണ്,
ചുണ്ടിൽനിന്നൊരു ചിരി
മെല്ലെ പടർന്നുകയറുമ്പോൾ
ചുവന്നുതുടുക്കുക!
കവിഞ്ഞുതോരാത്ത കണ്ണുകളിൽ
നിറഞ്ഞ ചിരികൾ അടക്കം ചെയ്യപ്പെടുന്നു...
♦

വിഷുവെന്നാൽ എനിക്ക്...

വിഷുവെന്നാൽ
രാവിലെ ഉണരുംമുൻപ്
ഉള്ളംകയ്യിൽ സ്ഥാനംപിടിച്ചിരുന്ന
അഞ്ചുരൂപാനാണയമാണ്...
രണ്ട് ബസ് മാറിക്കയറി
പരീക്ഷാഫലം നോക്കിവന്ന
ക്ഷീണം മാറ്റിവച്ച്
അമ്മ ഒരുക്കിയ
ഉച്ചയൂണിന്റെ സ്വാദാണ്...
കാത്തുകാത്തിരുന്ന് വിരുന്നെത്തിയ
കൊച്ചുമക്കൾക്ക് നടുക്കിരുന്ന്
വിഷുക്കഥകൾ പറഞ്ഞുകൊടുക്കുന്ന
വൃദ്ധാനന്ദാതിരേകങ്ങളെ വരച്ചുകാട്ടിയ
ദൂരദർശന്റെ വിഷുച്ചിത്രങ്ങളാണ്...
താഴത്തെ പറമ്പിൽ
വീട്ടിൽ ആളൊഴിഞ്ഞതറിയാതെ
ഇലയൊഴിഞ്ഞു പൂത്തുനിൽക്കുമായിരുന്ന
കൊന്നമരത്തിന്റെ മഞ്ഞനിറമാണ്...
നെഞ്ചോരം ചേർത്തുവച്ചിട്ടുള്ള
കുറച്ചുപേരുടെ പിറന്നാൾമധുരമാണ്...
അതെങ്ങനെ ഒത്തുവന്നോ ആവോ!
♦

ലോക്ക്ഡൗൺ ഡയറീസ്

നാളെമുതൽ
ലോക്ക്ഡൗണാത്രേ.
എത്രസമയമുണ്ടാവും!
എന്തൊക്കെ ആലോചിക്കാം!
എന്തുമാത്രം എഴുതാം!
ഒരുകെട്ട് കടലാസും
ഒരുപുത്തൻ മഷിക്കുപ്പിയും
വാങ്ങിവച്ചു;
അവശ്യവസ്തുക്കളാണല്ലോ.

ഇഷ്ടംപോലെ സമയം!
ലോക്ക്ഡൗൺ ആന്നേ.
ചിന്തകൾക്കും ക്ഷാമമില്ല.
ഒരു പ്രശ്നമുണ്ട് പക്ഷേ.
അവർക്കൊരേ വാശി:
ചിന്തകളായ് തന്നെ
ഇരിക്കണംന്ന്
അക്ഷരങ്ങളായി മാറുക
അവരുടെ ആശയസംഹിതക്ക്
എതിരാന്ന്...
ഒന്നാലോചിച്ചാൽ നന്നായി:
ഉള്ളിലുള്ളതൊക്കെ
അവിടെത്തന്നിരുന്നോളും.
കടലാസും മഷിയും
വാങ്ങണ്ടാരുന്ന്!

നാളെത്തൊട്ട് പണിക്കുപോണ്ടേ;
ലോക്ക്ഡൗൺ തീർന്നെടോ!

ഇനി തീരെ സമയമുണ്ടാവില്ല.
പുത്തൻ കടലാസുകെട്ട്
ഇപ്പളും പുത്തനാ.
മഷിക്കുപ്പീം അനങ്ങീട്ടില്ല.
ഹാ! ഇടയ്ക്ക് സമയം കിട്ടുമ്പോൾ
നല്ലതെന്തേലും എഴുതണം.
വേണംന്ന് വെച്ചാൽ
അവനവനെത്തന്നെ പൂട്ടിയിട്ട്
ഓടിപ്പായുന്ന സമയത്തിനൊ-
രോടാമ്പലിടാമെന്ന് തലേക്കേറാൻ
ഇനി വേറെ ക്ളാസ്സിനൊന്നും പോണ്ടല്ലോ!
♦

മരപ്പണിക്കാരുടെ സ്വപ്നം

കുറേയേറെ വർഷങ്ങളായി
മരം ഈ നിൽപ്പ് തന്നെ.
മരത്തിനെത്ര വയസ്സായെന്ന്
ആരും അറിഞ്ഞില്ല.
അറിഞ്ഞിരുന്നവരൊക്കെ പൊയ്പ്പോയി
പിന്നെയും കാലം കുറേ കടന്നല്ലോ.
കുറേയേറെ വർഷങ്ങളായി
മരം ഈ നിൽപ്പ് തന്നെ.
ഒരു ചുഴലിയിലും നിലംപൊത്താതെ...
തലയൊപ്പം വെള്ളംപൊങ്ങിയിട്ടും
കടപുഴകാതെ...
ദേശത്തെ മരപ്പണിക്കാരൊക്കെ
സ്വസ്ഥമായുറങ്ങുന്നത്
ഇമ്മരം വീഴണ സ്വപ്നം
ആവർത്തിച്ചുകണ്ടത്രെ.
മലർപ്പൊടിക്കാരന് ആവാമെങ്കിൽ
മരപ്പണിക്കാരനും ആവാമല്ലോ.
ഒരിക്കൽ പറന്നുപോയാൽ
സ്വപ്നങ്ങൾ പിന്നെ പറക്കില്ലെന്ന്
ആരാണ് ഇവർക്കൊക്കെ
പറഞ്ഞുകൊടുക്കുക?
മരംവീഴണ സ്വപ്നംതന്നെ
പിന്നെയും കണ്ടുറങ്ങിയെണീറ്റ്
ദിവസംമുഴുവൻ പുരയ്ക്കകത്തിരുന്ന്
വൈകീട്ട് പുറത്തിറങ്ങിയെല്ലാരും
പാത്രം കൊട്ടിയൊരു ഞായറാഴ്ച്ച
ആരെയും അറിയിക്കാതെ

മരം ഒറ്റവീഴ്ച!
മരവളയങ്ങളുടെ എണ്ണമെടുത്ത്
വയസ്സ് തീർപ്പാക്കാനെത്തിയവർക്കായി
പുറംതൊലിയും വേരുകളുംമാത്രം
ബാക്കിവച്ചിരുന്നു, ഇനിയും
വിശപ്പാറിയിട്ടില്ലാതിരുന്ന ചിതല്ക്കൂട്ടം.
അന്ന് രാത്രി
പെരുത്തൊരു മഴപെയ്തു;
മരണപ്പെയ്ത്ത്...
പിറ്റേന്ന്,
ചിതൽപ്പല്ലുകളെ ജയിച്ച
വേരുകളിലൊന്ന് പൊട്ടിക്കിളിർത്ത
പച്ചമുള കണ്ടവരൊക്കെപ്പറഞ്ഞു:
'വിത്തുഗുണം!'
മരം ചതിക്കൂലത്രേ.
ദേശത്തെ മരപ്പണിക്കാരൊക്കെ
ഇപ്പോൾ സ്വസ്ഥമായുറങ്ങുന്നത്
പടർന്ന് പന്തലിച്ചൊരു മരം
സ്വപ്നം കണ്ടാണത്രെ.
ഒരിക്കൽ പറഞ്ഞുപോയാൽ
സ്വപ്നങ്ങൾ പിന്നെ പറക്കില്ലെന്ന്
ഇനി എന്നാണ്
ഇവരൊക്കെ അറിയുക?
♦

എഴുത്ത്

നീണ്ട കൈവിരലുകൾ കൊണ്ട്
ചുറ്റുമുള്ളവരെ ചേർത്തുപിടിക്കാൻ
സദാ ശ്രമിക്കുമെങ്കിലും,
ഭാഗ്യമോ നിർഭാഗ്യമോ,
എഴുത്തെന്നതൊരു
പകരുന്ന അവസ്ഥയേയല്ല.
കണ്ടുനിൽക്കുന്ന ആൾക്കൂട്ടത്തിൽ
ചിലർ ചിരിക്കും.
ചിലർ കരയും.
ചിലർ മൂക്കത്ത് വിരൽ വക്കും.
ഇനിയും ചിലർ ചെവിപൊത്തും.
ചുരുക്കം ചിലർ പത്തുപേരോട് പറയും.
കയ്യടിച്ചാൽ കേമം;
ഇല്ലെങ്കിലും വേണ്ടില്ല.
ഇനിയും മനസ്സിലാവാത്തത്
എന്തിനാണ് ചിലർ
മുഖം ചുളിക്കുന്നത്
എന്ന് മാത്രമാണ്!
ഭാഗ്യമോ നിർഭാഗ്യമോ,
എഴുത്തെന്നതൊരു
പകരുന്ന അവസ്ഥയേയല്ല.
♦

കറുപ്പ്

കറുപ്പ് ഒരു നിറമാണത്രേ!
അതെങ്ങനെയാണ് ശരിയാവുക?
തന്നിലേക്ക് നിപതിക്കുന്ന
നിറമൊന്നിനെപ്പോലും
ഉള്ളിലേക്ക് വലിച്ചെടുക്കാതെ,
ഒന്നുചേർത്തമർത്തുക
പോലുംചെയ്യാതെ,
സ്വതന്ത്രമായി പറക്കാൻ വിട്ട്,
ആരെയും ചാരാതെ
തനിച്ചു
തലയുയർത്തിയങ്ങനെ
നേർത്തൊരു കീറുപോലും
പുറത്തു കാട്ടാതെ
ചന്ദ്രതാരകൾ പോലും
ഒളിച്ചിരിക്കുന്ന രാവുകളുടെ
മുഖപ്പ്;
ആ മുഖപ്പിന് കനം കൂട്ടി
അടക്കിവെക്കപ്പെട്ട
ശബ്ദങ്ങൾ ഇടതിങ്ങുന്ന
മൂകത;
മതിലിനപ്പുറം
മരണം പറന്നിറങ്ങുമ്പോൾ
ഇടനെഞ്ച്
കിടുക്കി മരവിപ്പിക്കുന്ന
തണുപ്പ്;
കണ്ണൊന്നടച്ചാൽ
അകമേ ബാക്കിയാകുന്ന
നിറവ്;

അങ്ങനെയിങ്ങനെ
ഒക്കെയായ
കറുപ്പ്
കേവലം ഒരു നിറമാണത്രെ!
കണ്ണിൽപ്പെടുന്നതെന്തിനെയും
എന്നോ തയ്ച്ച
ചട്ടയ്ക്കുള്ളിലൊതുക്കി
സ്വയമേ ബോധിച്ചൊരു
പേര് വെച്ചും വിളിച്ചും
ശീലിച്ചുപോയല്ലോ നമ്മൾ!
♦

കസവ്

ഇരുട്ട് വീഴുകയാണ്;
ഒരു പകലിന്റെ മരണം!
മരണമാകുമ്പോൾ വിഷമിക്കണമല്ലോ!
എന്തിനു വിഷമിക്കണം?
നന്നായൊന്നുറങ്ങിയെഴുന്നേൽക്കുമ്പോൾ
നാളെ ഒപ്പമുണരുമല്ലോ അടുത്ത പകൽ;
മിക്കപ്പോഴും മുന്നേതന്നെ
ഉണർന്നിട്ടുമുണ്ടാകുമല്ലോ.
തനിയാവർത്തനം കാത്ത
ദുഃശാഠ്യം ദൂരെയെറിഞ്ഞ്
അജ്ഞതയുടെ കൗതുകം കവിയുന്ന
കണ്ണും കയ്യും കൊണ്ട്
പുതുവെയിൽ പുൽക നീ.
ഇന്നിനി ഇരുട്ടുവീഴുംവരെ
അരികിലുണ്ട് ഈ വെളിച്ചം...
കയ്യകലത്തിൽ ആട്ടിനിർത്താതെ
കൈപ്പിടിയിൽ ഒളിപ്പിച്ചുവെക്കാതെ
എടുത്തുടുക്കുക തന്നെവേണം
ഈ പകൽക്കസവ്...

♦

നിലക്കണ്ണാടി

എല്ലാവരും എന്നെ നോക്കാറുണ്ട്.
എന്നെത്തന്നെ നോക്കിനിൽക്കാറുണ്ട്.
എന്നെനോക്കി ചിരിക്കാറുണ്ട്.
മുഖം മിനുക്കാറുണ്ട്.
ചിലപ്പോഴൊക്കെ,
ആർത്തലച്ചു കരയാറുണ്ട്.
തിരിച്ചൊരു നോട്ടമല്ലാതെ
എന്താണ് എനിക്ക്
നൽകാൻ പറ്റുക!
എല്ലാവരും എന്നെ നോക്കാറുണ്ട്.
എന്നെത്തന്നെ നോക്കിനിൽക്കാറുണ്ട്.
എന്നെക്കാണാനല്ല;
എന്നിൽത്തെളിയുന്ന
അവരെത്തന്നെ കാണാൻ.
അവനവനിലേക്ക്
നോക്കാനറിയാത്തവർക്ക്
അവരെന്താണെന്ന്
കാണിച്ചുകൊടുത്ത്
ഒന്നും മിണ്ടാതെ
ഒരു കാഴ്ചക്കാരി മാത്രമായി
ഞാനിങ്ങനെ...
എല്ലാവരും എന്നെനോക്കാറുണ്ട്.
എന്നെത്തന്നെ നോക്കിനിൽക്കാറുണ്ട്.
പക്ഷേ,
ആരും എന്നെ അടുപ്പിക്കാറില്ല;
ചേർത്തൊന്നു നിർത്താറുപോലുമില്ല.
പൊടിപിടിച്ച്, പൊടിപിടിച്ച്
മുഖങ്ങൾ മങ്ങുമ്പോൾ മാത്രം

എങ്ങാനും ഒന്ന് തൊട്ടാലായി.
അവനവന്റെ മുഖം
എന്നും
തെളിഞ്ഞുതന്നെയിരിക്കണമല്ലോ...
എല്ലാവരും എന്നെ നോക്കാറുണ്ട്.
എന്നെത്തന്നെ നോക്കിനിൽക്കാറുണ്ട്.
പക്ഷേ,
ആരും എന്നെ കണ്ടിട്ടേയില്ല.
ഞാനും എന്നെ കണ്ടിട്ടേയില്ലല്ലോ!
അല്ലല്ല; അങ്ങനെയല്ല.
എനിക്കെതിരെ നിൽക്കുന്ന
കണ്ണിണകളിൽ
കണ്ടിട്ടുണ്ട്, ഞാൻ എന്നെ;
നീണ്ടുനേർത്തൊരു
പാടപോലെ...
♦

ഒറ്റത്തുരുത്ത്

മനസ്സുറപ്പിനും ഭ്രാന്തിനുമിടയിൽ
തീരെ നേർത്തൊരുപാലം മാത്രമേയുള്ളത്രേ;
അങ്ങോട്ടോ ഇങ്ങോട്ടോ ഒറ്റച്ചുവട് മാറിയാൽ
താളമൊക്കെ തെറ്റുമത്രേ.
പാലമല്ല, പാലങ്ങളാണുള്ളതെന്ന്
എനിക്കറിയാം.
അവ എവിടെയൊക്കെയാണെന്നും
എങ്ങനെയിരിക്കുമെന്നും അറിയാം.
അതിലേ നടക്കുമ്പോൾ ആകെ, മേലാകെ,
അരിച്ചുകയറുന്ന തണുപ്പിന്റെ
തരിപ്പെനിക്കറിയാം.
അതിനിയും എന്റെമേൽ പരന്നുപടരാതിരിക്കാൻ,
കയ്യിലുള്ള കരുത്ത് മുഴുവനുംകൊണ്ട്,
കണ്ടാലറിയുന്ന പാലങ്ങളൊക്കെ
ഇടിച്ചുതകർത്തൊരു തുരുത്തൊരുക്കി ഞാൻ.
തുരുത്തെന്നപോലെ തുരുത്തിലുള്ള ഞാനും ഒറ്റതന്നെ..
പോകാറില്ല ഞാൻ ഇവിടെനിന്ന് എങ്ങോട്ടും;
ദിക്കും ദിശയും മാറി വല്ലപ്പോഴും
നീന്തിക്കയറുന്നവരല്ലാതെ
ആരും ഇങ്ങോട്ടുവരാറുമില്ല.
അവരല്ലാതെ മറ്റാരെയും
ഞാൻ കണ്ടിട്ടുമില്ല...
മൗനതപം വരംതന്ന
സ്വാതന്ത്ര്യകവചമണിഞ്ഞ്
ഈ ഒറ്റത്തുരുത്തിൽ
തനിച്ചിരിക്കുമ്പോൾ

എന്റെ മനസ്സിന്
നല്ല ഉറപ്പാണ്...
അങ്ങോട്ടോ ഇങ്ങോട്ടോ
ചുവടൊന്നുപോലും മാറാത്തത്ര ഉറപ്പ്..
♦

ഇരുട്ടത്തു പുറത്തിറങ്ങരുത് പോലും!

കുഞ്ഞായിരിക്കുമ്പോൾ എപ്പോഴോ ആണ്
രാത്രി, അല്ല, സന്ധ്യയായിക്കഴിഞ്ഞാൽ
പുറത്തിറങ്ങരുതെന്ന് ആരോ അവളോട് പറഞ്ഞത്.
ഇടവഴികളിലൊക്കെയും വായിൽ വിഷംനിറച്ച്
തരിക്കുന്ന പല്ലുകളുമായി ഇഴജന്തുക്കളുണ്ടാകുമത്രേ.
ഉയർന്ന മരക്കൊമ്പുകളിൽ ഉണ്ടക്കണ്ണുരുട്ടി
ഇരുത്തി മൂളുന്ന നത്തുകളുണ്ടാകുമത്രേ.
പോരെങ്കിലോ, ഇരുട്ടത്ത് പതുങ്ങിനിൽക്കുന്ന
പിശാചുകളും, മരിച്ചാത്മാക്കളും!
പറഞ്ഞതാരെന്നറിയില്ല;
പറഞ്ഞുതിരുത്തിയവർ ആരുമുണ്ടായിരുന്നില്ല.
രാത്രി കറണ്ട്പോയാൽ പുറത്തുമാത്രമല്ല,
വീടിനുള്ളിലും ഇരുട്ടാണെന്ന്
അവൾക്ക് പറഞ്ഞുകൊടുത്തു
ഒരു ലോഡ്ഷെഡിങ്ങ്കാലം:
ചെറിയൊരു മെഴുകുതിരി മതി
ഇരുട്ട് മാറി നിൽക്കുമെന്നും.
കുഞ്ഞുവളർന്ന്,
കുരുത്തക്കേടൊന്നൊതുങ്ങിയപ്പോൾ
കയ്യിലൊരുടോർച്ചും
ഉറച്ച ചുവടുകളും മതി
ഏതിരുട്ടിലും എത്രദൂരവും പോകാനെന്ന്
ചൊല്ലിക്കൊടുത്തു അച്ഛനും അമ്മയും.
കാലുറപ്പിച്ചുനടന്നാൽ
ഇഴജന്തുക്കളൊക്കെ വഴിമാറി പോകുമത്രെ;
വെളിച്ചം കണ്ടാൽ നത്തുകളും.
കത്തിനിൽക്കുന്ന പകലിലും പതിയിരിക്കുന്ന

ഇരുണ്ടകോണുകളിൽ
സ്വയംവിളക്കായ് തെളിഞ്ഞു കാട്ടിക്കൊടുത്തു
പിന്നെയൊരിക്കൽ മുതലങ്ങോട്ട് അമ്മച്ചി.
ആത്മാക്കളുടെ കാര്യം അപ്പോഴും
ആരും മിണ്ടുന്നുണ്ടായിരുന്നില്ല.
എവിടെയുമെന്നപോലെ
നാളുകൾ കടന്നുപോയി.
ആഴ്ചകൾ; മാസങ്ങൾ; വർഷങ്ങൾ;
പള്ളിക്കൂടങ്ങൾ; കലാലയങ്ങൾ-
കുട്ടി വളർന്ന്
ഒരു വലിയ കുട്ടിയായി...
കയ്യിലെന്നപോലെ
ഉള്ളിലും നല്ലവെളിച്ചമാണ്...
ഇരുളെന്നോ പകലെന്നോ
തിരിച്ചുവ്യത്യാസമില്ലാതെ
അവളെപ്പോഴും
കാലുറപ്പിച്ചാണ് നടക്കാറ്.
ഇഴജന്തുക്കളും നത്തുകളും
വേറേതോ വഴിക്കുപോയെന്നു തോന്നുന്നു...
ഇനി ആത്മാക്കളുണ്ടെങ്കിൽ തന്നെ
അക്കൂട്ടത്തിലുമുണ്ട്
അവൾക്കുവേണ്ടപ്പെട്ട
ഒരുപാട് പേരുകൾ...
♦

എന്റെ വർത്തമാനം

പരിചിതങ്ങളെങ്കിൽ കരുണം; ദുഃഖം.
അപരിചിതങ്ങളെങ്കിൽ
ആശ്ചര്യം; കൗതുകം.
എന്നെത്തേടിവരുന്ന
കണ്ണുകളിൽ തെളിയുന്നത്
എന്താണെന്നു എനിക്കിപ്പോൾ
നന്നായറിയാം.
എനിക്ക് തെറ്റിയതല്ല.
ഒന്നൊഴിയാതെ എല്ലാവരും
എന്റെ മുഖത്തേക്കുതന്നെയാണ്
നോക്കുന്നത്.
നിറയെ ചോദ്യങ്ങളാണ് എല്ലാവർക്കും.
ഒറ്റയുത്തരം പോലും
ആർക്കുമറിയില്ലതാനും.
അവർ തിരയുന്നത്
എന്താണെന്ന്
എന്നെക്കാൾ നന്നായി
നിനക്ക് മനസിലാവും.
വിശാലമായ കാൻവാസ് പോലെ
എന്ന് നീ വിശേഷിപ്പിച്ചിരുന്ന
എന്റെ മുഖത്ത്
നീ തന്നെ വരച്ചുചേർത്ത
ആ ചിരിച്ചുവപ്പ്.
ഇളം വിളർപ്പാർന്ന എന്റെ മുഖം
വെയിലിൽ വിളങ്ങട്ടെയെന്നും
ഇരുളിൽ തിളങ്ങട്ടെയെന്നും
ആശംസിച്ചു നീ പകർന്ന
അതേ ചിരിച്ചുവപ്പ്.

ഇന്ന് പാതിരാ സ്വപ്നങ്ങളിൽ മാത്രം
മിന്നിമായാറുള്ള നിറക്കൂട്ട്...
പക്ഷേ, അവിടെയും
നിറങ്ങൾ മങ്ങിത്തുടങ്ങിയിരിക്കുന്നു.
ഉറക്കമുണരുമ്പോൾ
അന്യമാകുന്ന നിറങ്ങൾ;
നിറചിരികൾ;
പിന്നെ ഓരോ പകലും സമ്മാനിക്കുന്ന
എണ്ണമില്ലാത്തത്ര നയനാന്വേഷണങ്ങൾ;
എല്ലാത്തിനുമിടയിൽ,
മുറതെറ്റാതെ
ഉദിച്ചസ്തമിക്കുന്ന
അരുണകിരണങ്ങൾ;
നേരം തെറ്റാതെ
മുന്നോട്ടുപൊയ്ക്കൊണ്ടിരിക്കുന്ന
ഘടികാരസൂചികൾ;
ഇതൊക്കെയുമാണ്
എന്റെ വർത്തമാനം.
ഏവർക്കും, ഒപ്പം നിനക്കുമായ്
ഒന്നുപറഞ്ഞുവക്കട്ടെ ഞാൻ:
മറന്നുവച്ചതല്ലെന്റെ ചിരിച്ചുവപ്പുകൾ;
ഉരുകിയമർന്നതാണവ, പിന്നെയോ
നിന്റെ ചുവടുകൾക്കൊപ്പം!
♦

യൂട്ടോപ്യ

അവിടെ എല്ലാവരും
തുല്യരാണത്രേ.
മതമെന്നൊരുവാക്ക്
അവർ കേട്ടിട്ടേയില്ലത്രേ.
പിന്നെയല്ലേ ജാതി!
നിറവും ഉയരവുമൊക്കെ
ആളെ അറിയാനുള്ള
അടയാളങ്ങൾ മാത്രമാണത്രേ.
അവിടെ എല്ലാവർക്കും
സദാ സന്തോഷമാണത്രേ.
ആരും ആരോടും
ഒരു നുണപോലും
പറയാറില്ലത്രേ.
അന്യോന്യം
പറഞ്ഞു പറ്റിക്കാറില്ലത്രേ!
അവിടെ ആരും
മതിലുകൾ പണിയാറില്ലത്രേ.
വാതിലുകൾ പൂട്ടാറില്ലത്രേ.
ഉറങ്ങുമ്പോൾ തലയിണക്കീഴിൽ
മൂർച്ചയുള്ള വെട്ടുകത്തി
കരുതി വെക്കാറില്ലത്രേ.
എല്ലാവർക്കും എല്ലാവരെയും
വിശ്വാസമാണത്രേ.

യൂട്ടോപ്യ-
ഒരിക്കൽ അന്നാട്ടിൽ ഞാൻ വരും!
അവിടുത്തെ മഹാരാജാവാണ്
എന്റെ ദൈവം.

എനിക്കാഗ്രഹമുണ്ട്
അദ്ദേഹത്തെ വിശ്വസിക്കുവാൻ;
ആരാധിക്കുവാനും.
പക്ഷേ,
സകലരും തുല്യരായൊരു രാജ്യത്ത്
അങ്ങനെയൊരാളുണ്ടാകുമോ?
ഉണ്ടെങ്കിൽത്തന്നെ,
അയാൾ തന്നെത്തന്നെ
ഒരു മഹോന്നതപീഠത്തിൽ
പ്രതിഷ്ഠിക്കുമോ?
ഞാൻ എന്റെ പ്രജകളെ
സേവിക്കുകയാണെന്ന്
ഉച്ചത്തിൽ വിളിച്ചുപറയുമോ?
അദ്ദേഹത്തെ കണ്ടെത്താൻ
കുറച്ചുബുദ്ധിമുട്ടും!

യൂട്ടോപ്യ-
ഒരിക്കൽ അന്നാട്ടിൽ ഞാൻ വരും!
എനിക്കറിയാം
അവിടേക്കുള്ളവഴി
എനിക്കറിയാമെന്നുപറഞ്ഞാൽ
ഒരായിരംപേർ
എന്റെ പിന്നാലെവരുമെന്ന്;
പതിനായിരങ്ങൾക്ക് വഴിതെളിച്ചവളെന്ന്
പിൽക്കാലത്ത്
ഞാൻ അറിയപ്പെടുമെന്ന്;
എല്ലാവരും തുല്യരായൊരു
നാടുതേടിപ്പോയ
എന്റെ ചിത്രത്തിനുമുന്നിൽ
നിങ്ങൾ വിളക്കുവെക്കുമെന്ന്;
കുമ്പിട്ടുതുടങ്ങുമെന്ന്;

എന്റെ വിഗ്രഹങ്ങൾ
കവലതോറും നിന്ന്
വെയിൽ കായുമെന്ന്;
ഞാനും ഒരു ദൈവമാകുമെന്ന്.
എനിക്കറിയാം
എന്റെ പേരിൽ നിങ്ങൾ
രണ്ട് ചേരികളായിത്തിരിയുമെന്ന്;
അവ പതിയെ
പത്തും പലതുമാകുമെന്ന്.
എന്നോ മരിച്ചു മണ്ണടിഞ്ഞ
എന്റെ ശവക്കുഴി മാന്തി
ദ്രവിച്ചുതീരാത്ത എല്ലും പല്ലും
സ്ഫടികപാത്രങ്ങളിലേറ്റുമെന്ന്;
അവയ്ക്കായൊരു
കാഴ്ചബംഗ്ലാവ് പണികഴിപ്പിക്കുമെന്ന്.
എന്റെ ദർശനംകിട്ടിയ
പ്രവാചകവീരൻമാർ,
നിറഞ്ഞുകവിയുന്ന
പണപ്പെട്ടികൾ ഒളിപ്പിക്കാൻ
ദേവാലയങ്ങൾ പണിതുകൂട്ടുമെന്ന്.
അവരോരുത്തരും പിന്നെ
പുണ്യവാളന്മാരാകുമെന്ന്;
കഥ പിന്നെയും
കറങ്ങിത്തിരിയുമെന്ന്.
അതുകൊണ്ട്,
യൂട്ടോപ്യ-
ഒരിക്കൽ അന്നാട്ടിൽ ഞാൻ വരും.
മറ്റാരോടും ഒരുവാക്കുപോലും പറയാതെ;
ഒറ്റയൊരാൾക്കുപോലും
വഴിപറഞ്ഞുകൊടുക്കാതെ.

♦

ഇലകൾ പച്ച, പൂക്കൾ മഞ്ഞ...

ആകാശത്തിന്റെ നിറമാണ്
നീലയെന്നും
ഓലയുടെ നിറമാണ്
പച്ചയെന്നും
പഠിപ്പിച്ചു ഒന്നാംപാഠം.
ഇലകൾ പച്ച
പൂക്കൾ മഞ്ഞ
എന്നുചൊല്ലിത്തുടങ്ങിയത്
അതിനും എത്രയോ മുൻപാണ്...
പോകെ പോകെ
പലനിറങ്ങളിലുള്ള
ഇലകൾ കണ്ടു.
പലനിറങ്ങളിലുള്ള
പൂക്കളും.
പലനിറങ്ങളിലുള്ള
തൊലികൾ മറയ്ക്കാൻ
ഇനിയും പലനിറങ്ങൾ പുതച്ച
മനുഷ്യരെയും കണ്ടു.
അവരോരോരുത്തരിൽ നിന്നും
എന്തുകൊണ്ടാണ് പക്ഷെ
പലനിറങ്ങളിലുള്ള
രക്തം പതഞ്ഞൊഴുകാത്തത്?
ആ ഒഴുക്കിനൊടുക്കം
ബാക്കിയാകുന്ന
ഇരുട്ടിന്റെ
കനത്ത കറുപ്പിന്
എന്തുകൊണ്ടാണ്

നിറഭേദങ്ങളില്ലാതെ പോയത്?
കൺനിറവുകളായിരുന്ന നിറങ്ങൾ
കണ്ണുനീറ്റിത്തുടങ്ങുമ്പോൾ
പഠിച്ച പേരുകൾ മറക്കാതിരിക്കാൻ
പള്ളിക്കൂടത്തിനും പിന്നിലേക്ക്
നടന്നുതുടങ്ങട്ടെ ഞാൻ...
നടന്നങ്ങെത്തി
ഒന്നുകൂടി ഉരുവിട്ടുതുടങ്ങട്ടെ
ഇലകൾ പച്ച...
പൂക്കൾ മഞ്ഞ...
♦

ഉയരെ...

തളരുവാൻ വയ്യ,
പടരുവാനൊരു
മൺകയ്യാലപോലും
കയ്യോരം തെളിയാത്ത കാലം;
കണ്ണോരം തെളിഞ്ഞ
മാമരക്കൊമ്പിലോ
വിഷമൂറും മുള്ളുകൾ
പതുങ്ങുന്ന കാലം!
തെളിഞ്ഞു കത്തണം,
പുകച്ചു തീർക്കുവാൻ
കൊടുംകാറ്റാകെ
കൂകിയാർക്കുന്ന കാലം;
മറ തീർത്തു പൂവിട്ട
വൻമുളങ്കൂട്ട-
മൊന്നൊന്നായ്
വീണു ചീയുന്ന കാലം!
ഞെളിഞ്ഞു നിൽക്കണം
കുഴിച്ചു മൂടുവാൻ
മദിക്കുന്ന കൂട്ടം
മണ്ണുവെട്ടുന്ന കാലം;
നെടിയ ഗോപുരം
പൊടിഞ്ഞു വീഴുവാൻ
അടിക്കല്ലു നോക്കി
തകർക്കുന്ന കാലം!
കുതിച്ചു നീ പായണം
പിടിച്ചു കെട്ടുവാൻ
ഒരു നൂറ് കൈകൾ
നിവരുന്ന കാലം;

പാറുന്ന പറവക്ക്
പല താഴ് തീർത്തിട്ട്
കരുതലെന്നോതുന്ന
കാപട്യകാലം!
അടരേണ്ട, കീഴെപ്പടരുന്ന
തീയിലേക്കൊരുപാട്
പച്ചയിനി ബാക്കിയുള്ളപ്പോൾ നീ;
വിടർന്നങ്ങുനിൽക്കുക,
നിന്റെ തണല് കാത്തൊരു
തുണ്ട് മണ്ണുണ്ട് ചോടെ...

♦

പകൽക്കൂട്

പണിക്കിറങ്ങുമ്പോൾ
നേരം വെളുത്തിരുന്നില്ല.
തിരിച്ചു വീടെത്തുമ്പോഴും
ഇരുട്ടിനു കനത്ത കനം.
ഇടയ്ക്കുണ്ടായിരുന്നതെന്തോ
അതിന് പകലെന്ന് പേര്.
പകൽ മുഴുവനും
കൊട്ടിയടച്ച പണിക്കൂടുകളിൽ;
അവരൊരിക്കലും വെളിച്ചം കണ്ടതേയില്ല.
പകൽ മുഴുവനും
പണിയെടുക്കാതിരുന്നവർക്ക്
വെളിച്ചം പോരെന്ന്; ഇനിയും
വിളക്കുകൾ വേണമെന്ന് അക്കൂട്ടർ
ഉറക്കെ വിളിച്ചുപറയുന്നത്കേട്ട്
പണിക്കൂട്ടം പതിഞ്ഞ ശബ്ദത്തിൽ
പരസ്പരം ചോദിച്ചു:
ഈ വെളിച്ചം എങ്ങനെയിരിക്കും?
പറഞ്ഞുതരാമല്ലോ, പച്ചനിറമല്ലേ എന്ന്ചിലർ;
അയ്യേ, ചുവപ്പാണെന്ന് വേറെചിലർ;
അല്ലല്ല, നീലയാണെന്നും വെളിച്ചത്തിന്
നിറമേയില്ലെന്നും അറിയിപ്പുകൾ.
എന്നിട്ടോരെല്ലാം മറ്റോരെ
മണ്ടന്മാരെന്ന് കൂക്കി.
തിരിച്ചുകൂക്കിയോരെ തച്ചു; കൊന്നു.
പകരത്തിനുപകരം തിരിയുന്ന കാലചക്രം!
ചക്രം കാലത്തിന്റെയാണോ
അതോ കാലന്റേതോ?

സ്വയം തിരിയുന്നതാണോ
അതോ തിരിക്കുന്നതോ?
പച്ചയും ചുവപ്പും നീലയുമെന്നല്ല
നിറങ്ങളായ നിറങ്ങളൊക്കെയും
പുൽകും വെളിച്ചമെന്ന് വിളിച്ചുപറഞ്ഞ്
നിലയ്ക്കാതെ ചിറകടിച്ചു
ചില ചിത്രശലഭങ്ങൾ.
ഒറ്റനിറം മാത്രം പതിയുന്നത്
മറ്റവ കണ്ണിൽക്കൊള്ളാതെ
കുരുട് പടരുമ്പോഴാണെന്ന്;
അത് പകരുന്നതാണെന്ന്;
പടർന്നും പകർന്നും
പന്തലുകൾ പലതായെന്ന്.
അവയ്ക്ക് തീകൊടുക്കാൻ
പോന്നോരൊക്കെ
പകലന്തിയോളം പണിക്കൂടുകളിൽ
പെട്ടുപോയെന്ന്.
♦

മസ്തിഷ്കപൂർവം

കള്ളം പറയരുതെന്ന്,
മുതിർന്നവരെ ബഹുമാനിക്കണമെന്ന്,
മറ്റൊരാളുടേതായതൊന്നും
ആഗ്രഹിക്കരുതെന്ന്,
കവരരുതെന്ന്,
മുകളിലിരുന്ന് ഒരാൾ
എല്ലാം കാണുന്നുണ്ടെന്ന്!

നീയുള്ള ഓരോ കാഴ്ചയും
ഹൃദയം തുടിപ്പിക്കുന്നുവെന്ന്
വിറക്കുന്ന കൈകൾ
എഴുതിവെക്കുമ്പോൾ
മുകളിലിരുന്ന് ഒരാൾ
എല്ലാം കാണുന്നുണ്ടെന്ന്!

പറഞ്ഞും പറയാതെയും
കടന്നുപോകലുകൾ
ശീലമാകെ
ഉള്ളിലൂറുന്ന കണ്ണീർക്കണങ്ങൾ
മരവിച്ചുറഞ്ഞുതുടങ്ങുമ്പോൾ
മുകളിലിരുന്ന് ഒരാൾ
എല്ലാം കാണുന്നുണ്ടെന്ന്!

കൂനകൂട്ടുന്നുണ്ട് പണം
ചിലേടത്തെങ്കിലും,
പച്ചവെള്ളംമതി ഒരുപാട്
വയറും നിറയാൻ.

ഇടവേളകളിൽ മാത്രം
കൂപ്പുകൈകൾ
വെളുക്കെച്ചിരിക്കുമ്പോൾ
മുകളിലിരുന്ന് ഒരാൾ
എല്ലാം കാണുന്നുണ്ടെന്ന്!

മുകളിലിരുന്ന് ഒരാൾ
എല്ലാം കാണുന്നുണ്ടെന്ന്!
അത് ശരിയാണെന്ന്,
അത് പക്ഷേ,
തനിക്കുമേലെയല്ല,
സ്വന്തം ശിരസ്സേറിയൊരുകൂട്ടം
ചുളിവുകളിലാണെന്ന്
അമ്മൂന്നുറാത്തൽ
പറഞ്ഞുകൊണ്ടേയിരിക്കുന്നത്
വെളിവാകുന്ന ഞൊടി
കത്തുകൾ ഇങ്ങനെ
ഒടുങ്ങിത്തുടങ്ങും
'മസ്തിഷ്കപൂർവം...'
മുകളിലിരുന്ന് ഒരാൾ
എല്ലാം കാണുന്നുണ്ട്;
ഓര്പറയുംപോലെ
ചോരയടിക്കണ പണിമാത്രേ
തനിക്കുള്ളൂന്ന്
പാവം ഹൃദയം...

♦

നിശ്ശബ്ദം

പുറംവെയിൽ കാണാതെ
തൊണ്ടയിടുക്കിലിറങ്ങി-
യമർന്ന ബഹളങ്ങളുടെ
കയ്യടക്കമൊത്ത പക്കമേളം...
ഉച്ചത്തിലാർക്കുന്ന
കൂട്ടക്കാർക്കുനടുവിൽ
കൂട്ടമില്ലാതായിപ്പോയ
ഒറ്റക്കൊമ്പിന്റെ തനിപ്പാട്ട്...
ശ്വാസസമരത്തിന്റിട
വാക്കെന്നഭോഗം
സചേതം വലിച്ചെറിയുന്ന
പണിമുടക്കിന്റെ അത്യുച്ചം...
അളന്നിട്ട മുഴക്കങ്ങൾക്കിടയി-
ലിഴഞ്ഞിഴഞ്ഞെങ്കിലും,
നിൽക്കാതെ നീങ്ങുന്ന
നാഴികമണിയുടെ നാൾവഴിക്കണക്ക്.
ശബ്ദമറിഞ്ഞിരുന്നോർക്ക്
പലകാലം നേരമില്ലൊന്നു
മിണ്ടാ, നിപ്പോൾ നേരമുള്ളപ്പോഴോ
കേൾക്കാനാളില്ല;
വാമൊഴി മറന്നുംപോയ്!

♦

സ്വസ്തി

അറിയാം,
ഒരുപാട് ദൂരമുണ്ടെന്ന്.
അങ്ങെത്തുമ്പോൾ ദേഹം കുഴയുമെന്ന്.
എങ്കിലും പോകട്ടെ.
പോയിപ്പോയി ഞാൻ വീടെത്തട്ടെ.
വീട്ടിന്നുള്ളിൽ കടന്നിരിക്കട്ടെ.
കാലും നടുവും നിവർത്തി
ബോധം കെട്ടുറങ്ങട്ടെ.
ഉണരുമ്പോൾ കുറെയേറെ
ചെയ്തു തീർക്കുവാനുണ്ട്.
ചെരിപ്പില്ലാതെ നടക്കണം,
കാലിൽ മണ്ണ്പറ്റിക്കണം,
മുള്ളിൽച്ചവിട്ടി കാൽ മുറിക്കണം.
അടുക്കളയിലെ പുകമണം
നെഞ്ചിൻകൂടാകെ നിറക്കണം.
ചായംതേച്ച ഭിത്തികളോരോന്നിലും
മുഖമുരസണം.
ഇനിവരുമ്പോഴും ഇവിടെത്തന്നെയുണ്ടാവണമെന്ന്
ഓരോതരിയോടും പറയണം.
എനിക്ക് ഞാനായിരിക്കണം.
ധ്യാനിക്കുവാൻ വിളക്കുമാടങ്ങൾ
കാട്ടിത്തന്നവരോട്,
എന്റെ ധ്യാനമാണിത്;
സ്വസ്തിയും മറ്റൊന്നല്ല.

♦

www.ingramcontent.com/pod-product-compliance
Lightning Source LLC
LaVergne TN
LVHW040834051026
849519LV00007BB/2838